Impressum
Verlag: BABADADA GmbH, Nedderfeld 112 , 22529 Hamburg
Geschäftsführer / Verlagsleitung: Harald Hof
Druck: Books on Demand GmbH, In de Tarpen 42, 22848 Norderstedt

Imprint
Publisher: BABADADA GmbH, Nedderfeld 112 , 22529 Hamburg, Germany
Managing Director / Publishing direction: Harald Hof
Print: Books on Demand GmbH, In de Tarpen 42, 22848 Norderstedt

shule
ysgol

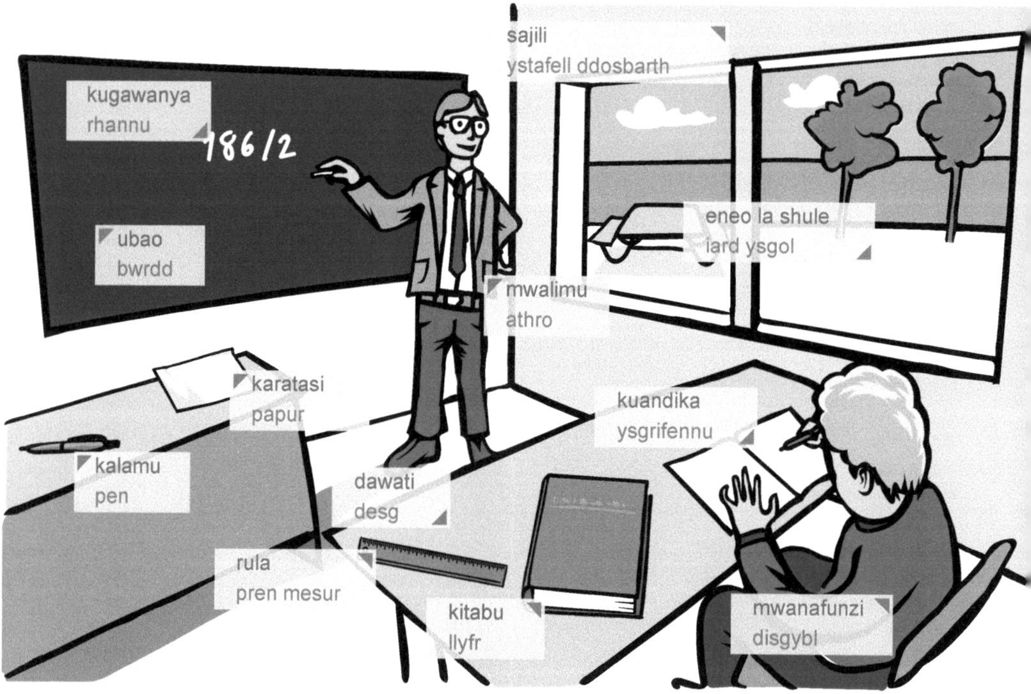

sajili
ystafell ddosbarth
kugawanya
rhannu
186/2
ubao
bwrdd
eneo la shule
iard ysgol
mwalimu
athro
karatasi
papur
kuandika
ysgrifennu
kalamu
pen
dawati
desg
rula
pren mesur
kitabu
llyfr
mwanafunzi
disgybl

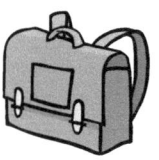

mkoba
bag ysgol

kikasha cha penseli
blwch penselau

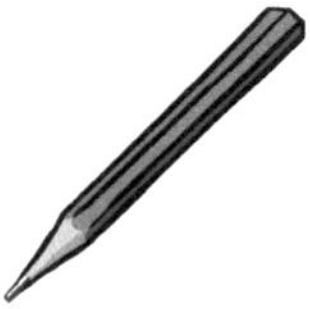

penseli
pensil

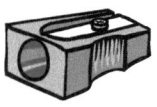

kichonga penseli
miniwr

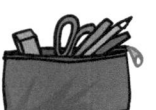

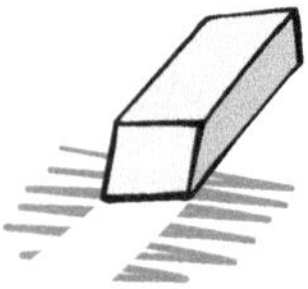

mpira
rwber

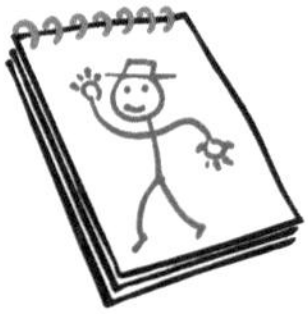

pedi ya kuchora
pad arlunio

uchoraji
draw

brashi ya rangi
brws paent

sanduku la rangi
blwch paent

mkasi
siswrn

gundi
glud

daftari
llyfr ysgrifennu

kazi ya nyumbani
gwaith cartref

nambari
rhif

jumlisha
ychwanegu

ondoa
tynnu

zidisha
lluosi

kokotoa
cyfrifo

barua
llythyren

alfabeti
gwyddor

neno
gair

maandishi

testun

kusoma

darllen

chaki

sialc

somo

gwers

sajili

cofrestr

uchunguzi

arholiad

cheti

tystysgrif

sare za shule

gwisg ysgol

elimu

addysg

elezo

gwyddoniadur

chuo kikuu

prifysgol

darubini

microsgop

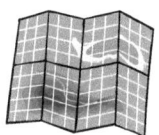

ramani

map

kikapu cha kuweka karatasi chafu

basged papur gwastraff

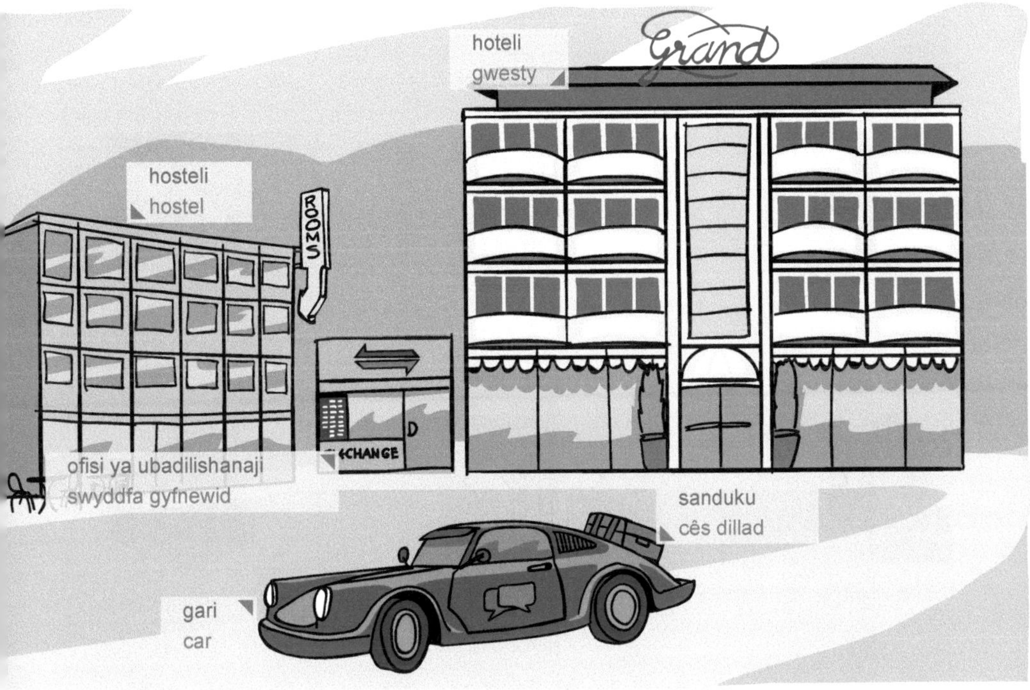

hoteli
gwesty
Grand
hosteli
hostel
ROOMS
EXCHANGE
ofisi ya ubadilishanaji
swyddfa gyfnewid
sanduku
cês dillad
gari
car

lugha
iaith

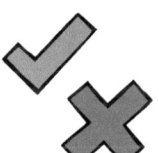

ndiyo / la
ie / na

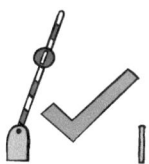

sawa
iawn

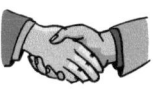

hujambo
helo

mtafsiri
cyfieithydd

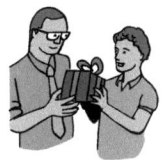

Asante
Diolch yn fawr

kiasi gani ni ...?

faint yw ...?

Sielewi

Dw i ddim yn deall

tatizo

problem

Jioni njema!

Noswaith dda!

Habari za asubuhi!

Bore da!

Usiku mwema!

Nos da!

kwa heri

hwyl

mwelekeo

cyfarwyddyd

mizigo

bagiau

mfuko

bag

shanta

gwarbac

mgeni

gwestai

chumba

ystafell

begi la kulalia

sach gysgu

hema

pabell

taarifa ya utalii

gwybodaeth i ymwelwyr

ufuo

traeth

kadi

cerdyn credyd

kifunguakinywa

brecwast

chakula cha mchana

cinio

chakula cha jioni

swper

tiketi

tocyn

kuinua

lifft

muhuri

stamp

mpaka

ffin

mila

tollau

ubalozi

llysgenhadaeth

visa

fisa

pasipoti

pasbort

usafiri
cludiant

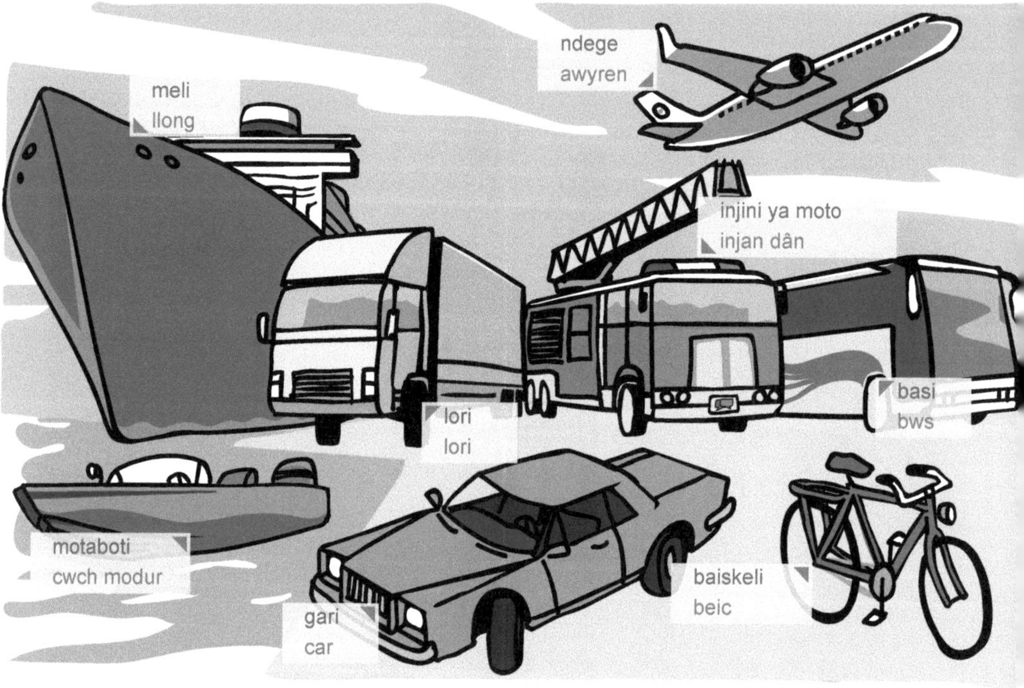

ndege
awyren
meli
llong
injini ya moto
injan dân
lori
lori
basi
bws
motaboti
cwch modur
baiskeli
beic
gari
car

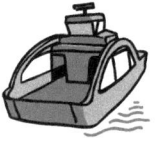

feri
....
fferi

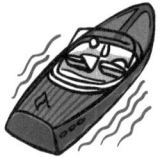

mashua
....
cwch

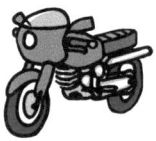

pikipiki
....
beic modur

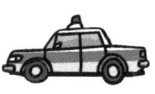

gari la polisi
....
car yr heddlu

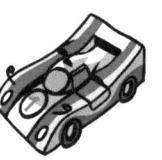

gari la mashindano
....
car rasio

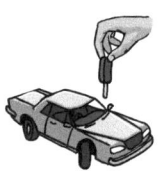

gari la kukodisha
....
car wedi'i rentu

kushiriki gari

rhannu car

lori la kuvuta

lori tynnu

ukusanyaji taka

lori ysbwriel

motor

modur

mafuta

tanwydd

kituo cha mafuta

gorsaf betrol

ishara trafiki

arwydd traffig

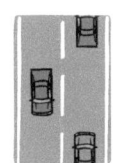

trafiki

traffig

msongamano

tagfa draffig

maegesho

maes parcio

kituo cha treni

gorsaf drennau

reli

traciau

garimoshi

trên

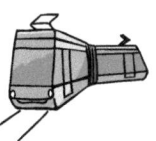

tremu

tram

gari la mizigo

wagen

helikopta

hofrennydd

uwanja wa ndege

maes awyr

mnara

twr

abiria

teithiwr

chombo

cynhwysydd

katoni

paced

mkokoteni

cert

kikapu

basged

ondoka

esgyn / glanio

jiji

dinas

kijiji

pentref

katikati ya jiji

canol y ddinas

nyumba

ty

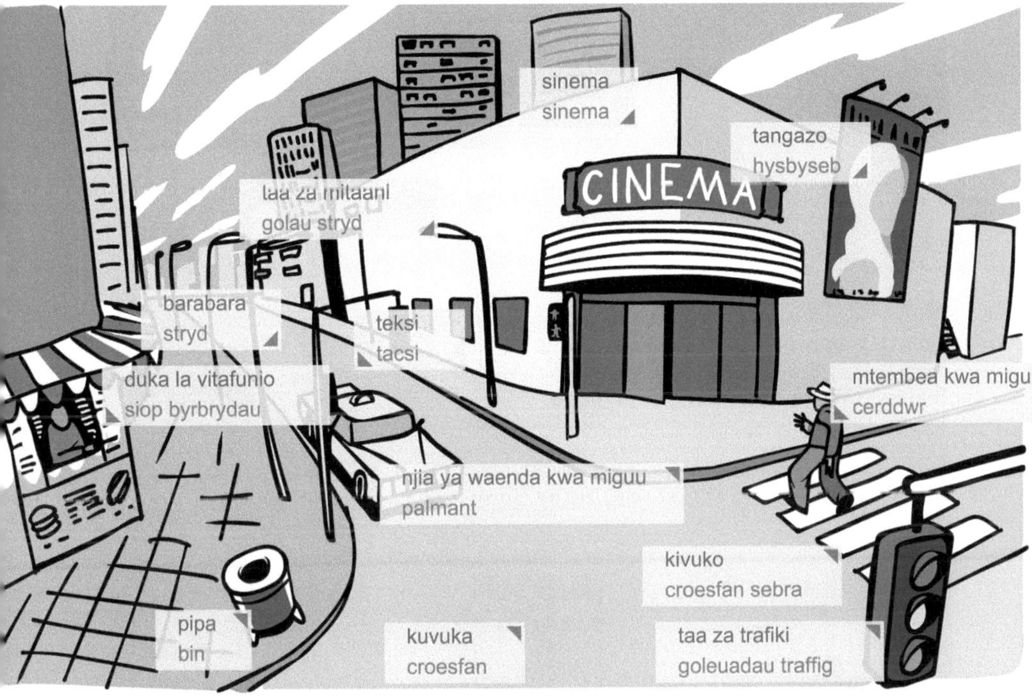
CINEMA
sinema
sinema
tangazo
hysbyseb
taa za mitaani
golau stryd
barabara
stryd
teksi
tacsi
duka la vitafunio
siop byrbrydau
mtembea kwa migu
cerddwr
njia ya waenda kwa miguu
palmant
kivuko
croesfan sebra
pipa
bin
kuvuka
croesfan
taa za trafiki
goleuadau traffig

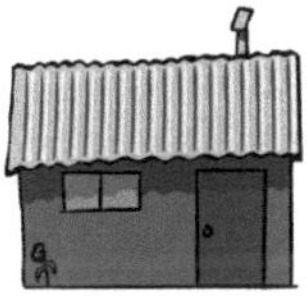

kibanda

cwt

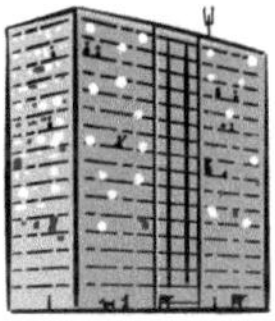

gorofa

fflat

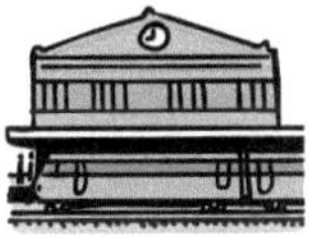

kituo cha treni

gorsaf drennau

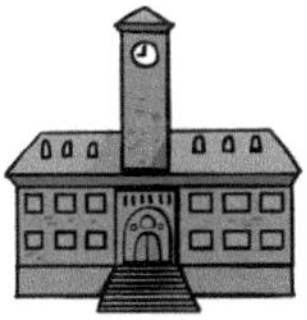

ukumbi wa mji

neuadd y dref

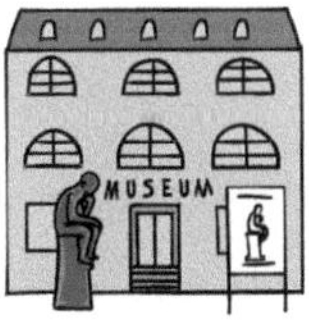
MUSEUM

Makavazi

amgueddfa

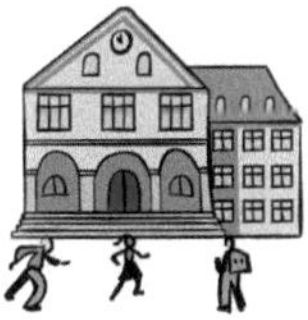

shule

ysgol

chuo kikuu

prifysgol

benki

banc

hospitali

ysbyty

hoteli

gwesty

duka la dawa

fferyllfa

ofisi

swyddfa

duka la kitabu

siop lyfrau

duka

siop

duka la maua

siop flodau

dukakuu

archfarchnad

soko

farchnad

idara ya kuhifadhi

siop adrannol

mwuza samaki

siop bysgod

kituo cha ununuzi

canolfan siopa

bandari

harbwr

Hifadhi

parc

benki

banc

daraja

pont

vidato

grisiau

chini ya ardhi

rheilffordd danddaearol

handaki

twnnel

kituo cha mabasi

safle bws

bar

bar

mgahawa

bwyty

sanduku la posta

blwch post

ishara ya barabara

arwydd stryd

mita ya maegesho

meɛurydd parɔio

bustani ya wanyama

sŵ

kidimbwi cha kuogelea

pwll nofio

msikiti

mosg

shamba

fferm

uchafuzi

llygredd

makaburini

mynwent

kanisa

eglwys

uwanja wa michezo

maes chwarae

hekalu

teml

mazingira
tirwedd

jani
deilen

ishara ya mwelekeo
arwydd cyfeirio

njia
ffordd

malisho
dôl

jiwe
carreg

mti
coeden

mtembeaji wa masafa
heiciwr

mto
afon

nyasi
glaswellt

ua
blodyn

bonde

cwm

kilima

bryn

ziwa

llyn

msitu

coedwig

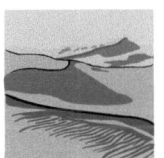

jangwa

anialwch

volkano

llosgfynydd

ngome

castell

upinde wa mvua

enfys

uyoga

madarchen

mtende

palmwydden

mbu

mosgito

kuruka

pryf

chungu

morgrugyn

nyuki

gwenyn

buibui

pryf copyn

mende

chwilen

chura

llyffant

kuchakuro

gwiwer

nungunungu

draenog

sungura

ysgyfarnog

bundi

tylluan

ndege

aderyn

swan

alarch

nguruwe mwitu

baedd

kulungu

carw

aina ya kongoni

elc

bwawa

argae

tabo ya upepo

tyrbin gwynt

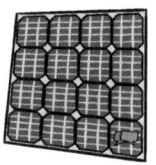

nishaji ya jua

panel haul

hali ya hewa

hinsawdd

mgahawa
bwyty

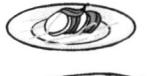

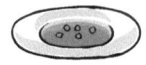

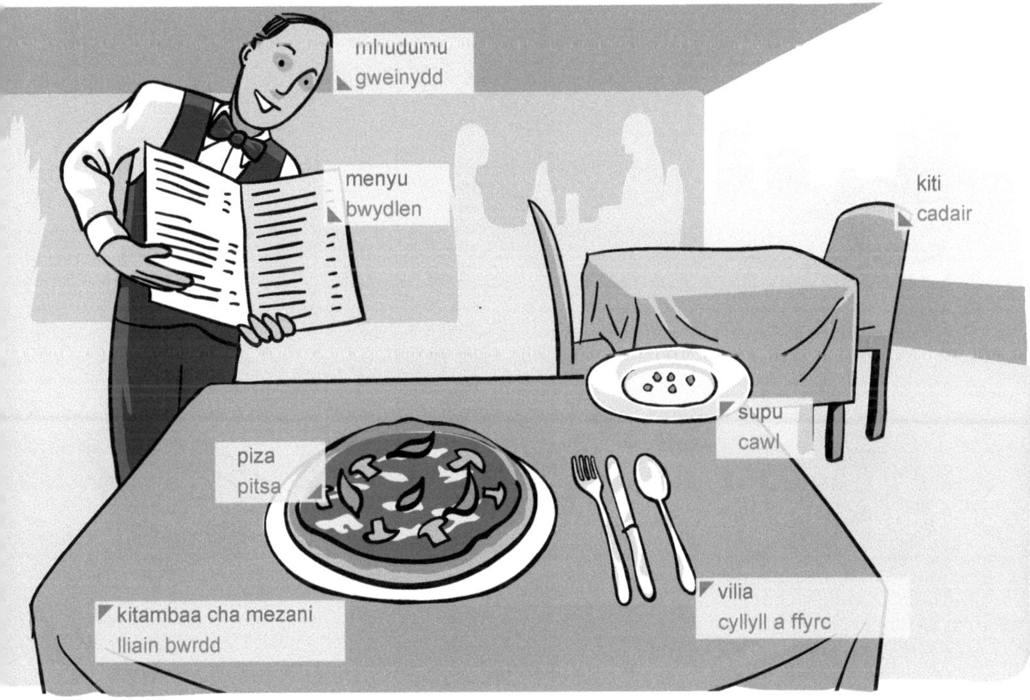

mhudumu
gweinydd
menyu
bwydlen
kiti
cadair
supu
cawl
piza
pitsa
vilia
cyllyll a ffyrc
kitambaa cha mezani
lliain bwrdd

kiamsha hamu

cwrs cyntaf

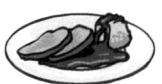

kozi kuu

prif gwrs

kitindamlo

pwdin

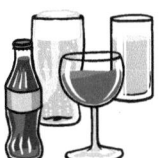

vinywaji

diodydd

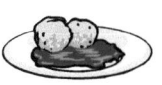

chakula

bwyd

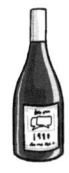

chupa

potel

chakula cha haraka

bwyd cyflym

Streetfood

bwyd y stryd

buli

tebot

kisanduku cha sukari

powlen siwgr

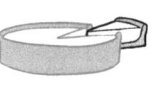

sehemu

dogn

mashine ya espresso

peiriant espresso

kiti kirefu

cadair plentyn

muswada

bil

trei

hambwrdd

kisu

cyllell

uma

fforc

kijiko

llwy

kijiko cha chai

llwy de

nepi

napcyn

glasi

gwydr

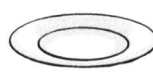

sahani

plât

sahani ya supu

plât cawl

sufuria

soser

mchuzi

saws

kichanyaji chumvi

pot halen

kinu cha pilipili

melin bupur

siki

finegr

mafuta

olew

viungo

sbeisys

kechapu

saws coch

haradali

mwstard

kachumbari nzito

mayonnaise

dukakuu
archfarchnad

ofa maalum
cynnig arbennig
FOR
mteja
cwsmer
maziwa
cynnyrch llaeth
matunda
ffrwythau
toroli
troli

BUTCHERS

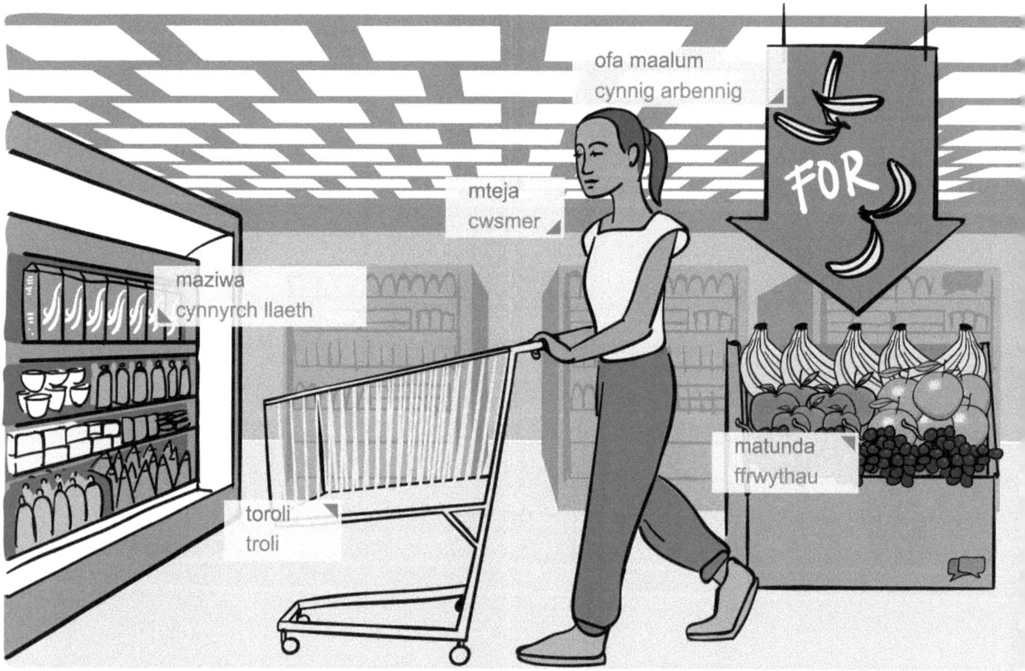

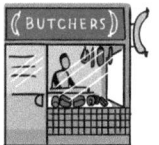

mchinjaji

siop gig

BAKERY

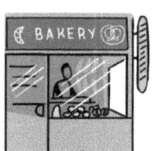

mwokaji

siop fara

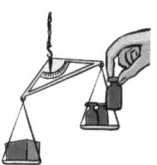

uzito

pwyso

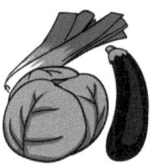

mboga

llysiau

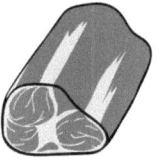

nyama

cig

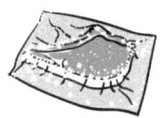

chakula waliohifadhiwa

Bwyd wedi'i rewi

vipande vya nyama baridi

cig oer

chakula cha kopo

bwyd tun

sabuni ya unga

powdr golchi

pipi

da-da

bidhaa za kaya

cynnyrch cartref

bidhaa za kusafisha

cynhyrchion glanhau

mtu mauzo

gwerthwraig

mpaka

til

keshia

ariannwr

orodha ya manunuzi

rhestr siopa

masaa ya ufunguzi

oriau agor

mkoba

waled

kadi

cerdyn credyd

mfuko

bag

mfuko wa plastiki

bag plastig

maji

dŵr

sharubati

sudd

maziwa

llefrith

coke

côc

mvinyo

gwin

bia

cwrw

pombe

alcohol

kakao

coco

chai

te

kahawa

coffi

spreso

espresso

kapuchino

cappuccino

ndizi

banana

tufaha

afal

machungwa

oren

tikiti

melon

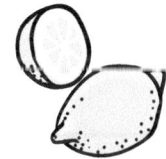

lemon

lemwn

karoti

moronen

kitunguu saumu

garlleg

mianzi

bambŵ

kitunguu

nionyn

uyoga

madarchen

karanga

cnau

nudo

nwdls

spageti

sbageti

mpunga

reis

saladi

salad

vibanzi

sglodion

viazi vya kukaanga

tatws wedi'u ffrïo

piza

pitsa

hambaga

hambyrger

sandwichi

brechdan

kipande

cytled

paja la mnyama

ham

salami

salami

soseji

selsig

kuku

cyw iâr

choma

rhost

samaki

pysgodyn

oats ya uji

ceirch uwd

muesli

miwsli

cornflakes

creision ŷd

unga

blawd

kroisanti

croissant

andazi

bynsen

mkate

bara

mkate wa kubanika

tost

biskuti

bisgedi

siagi

mcnyn

maziwa mgando

ceuled

keki

teisen

yai

wy

yai kukaanga

wy wedi'i ffrïo

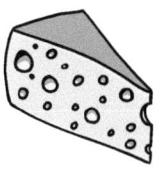

jibini

caws

aiskrimu

hufen iâ

sukari

siwgr

asali

mêl

jemu

jam

kuenea kwa chokoleti

siocled taenu

mchuzi wa viungo

cyri

shamba
fferm

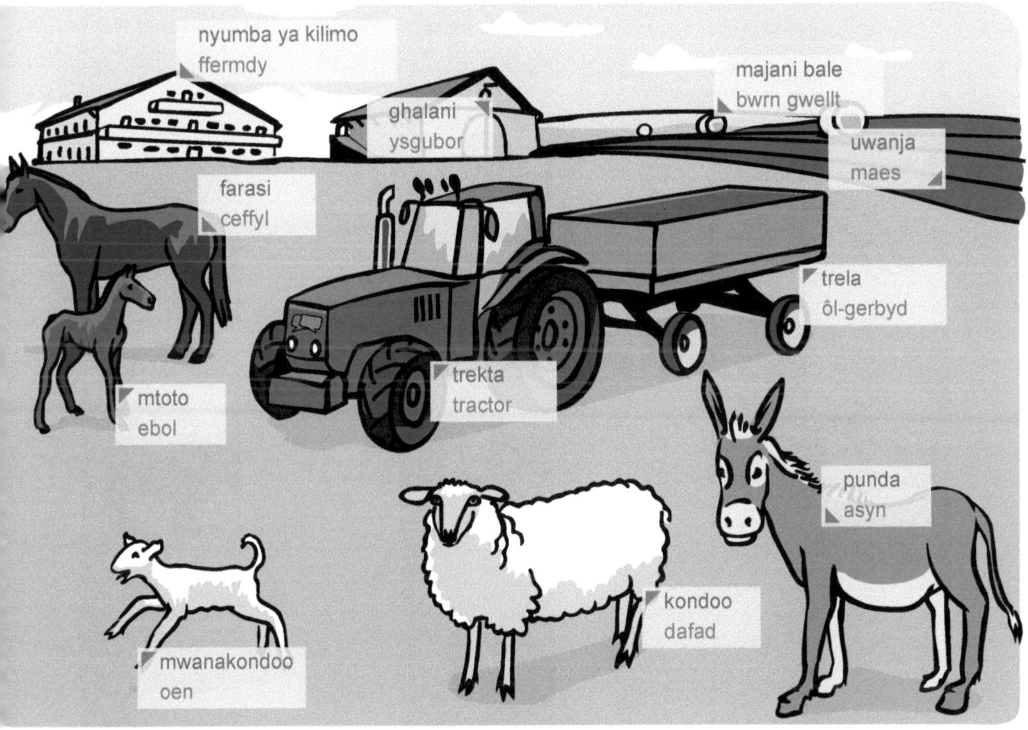

nyumba ya kilimo
ffermdy
ghalani
ysgubor
majani bale
bwrn gwellt
uwanja
maes
farasi
ceffyl
trela
ôl-gerbyd
mtoto
ebol
trekta
tractor
punda
asyn
kondoo
dafad
mwanakondoo
oen

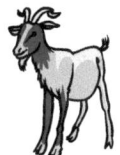

mbuzi

gafr

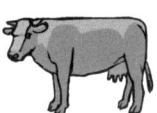

ng'ombe

buwch

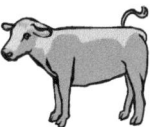

ndama

llo

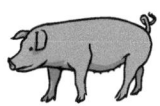

nguruwe

mochyn

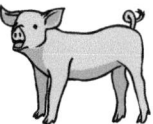

mwananguruwe

porchell

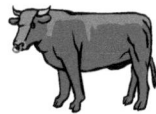

fahali

tarw

batabukini

gwydd

bata

hwyaden

kifaranga

cyw

kuku

iâr

jogoo

ceiliog

panya

llygoden fawr

paka

cath

panya

llygoden

ng'ombe

ych

mbwa

ci

nyumba ya mbwa

cwt ci

bomba la bustani

pibell ddŵr

debe la kumwagilia maji

can dŵr

fyekeo

pladur

kulima

aradr

mundu

cryman

jembe

fforch chwynu

uma wa nyasi

picwarch

shoka

bwyell

toroli

berfa

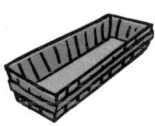

kupitia nyimbo

cafn

chombo cha maziwa

tun llefrith

gunia

sach

ua

ffens

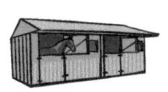

imara

ɛtabl

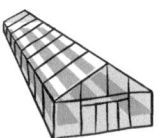

chafu

tŷ gwydr

udongo

pridd

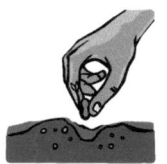

mbegu

hedyn

mbolea

gwrtaith

kivunaji

dyrnwr medi

mavuno

cynaeafu

mavuno

cynhaeaf

viazi vikuu

iamau

ngano

gwenith

soya

soi

viazi

tysen

mahindi

grawn

rapa

had rêp

mti wa matunda

coeden ffrwythau

muhogo

manioc

nafaka

grawnfwydydd

nyumba

tŷ

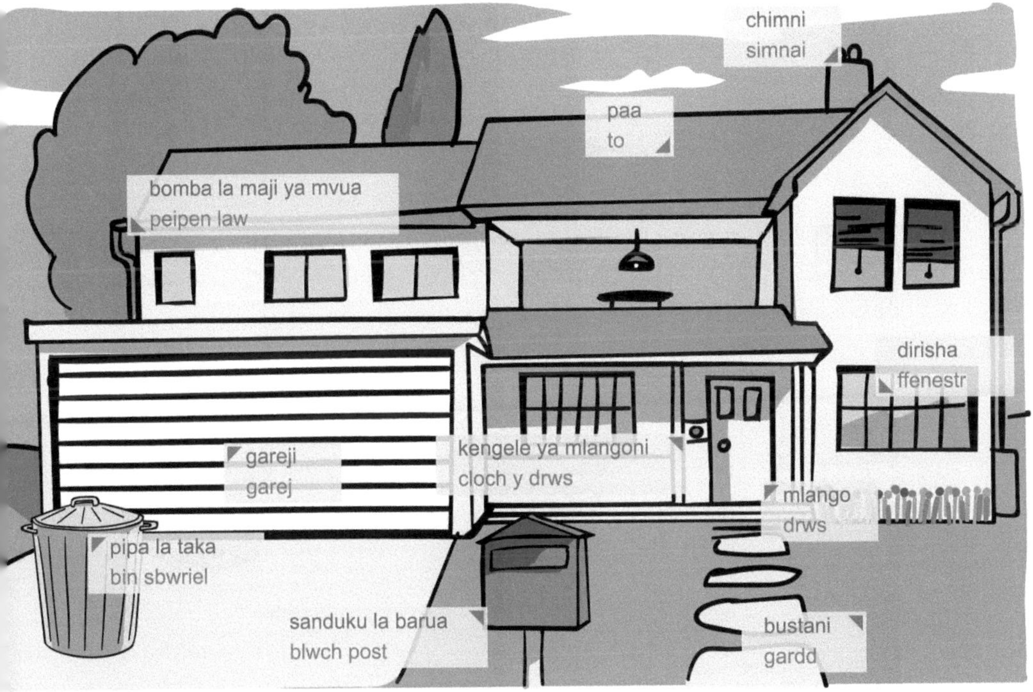
chimni
simnai
paa
to
bomba la maji ya mvua
peipen law
dirisha
ffenestr
gareji
garej
kengele ya mlangoni
cloch y drws
mlango
drws
pipa la taka
bin sbwriel
sanduku la barua
blwch post
bustani
gardd

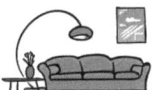

sebuleni

lolfa

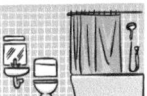

bafu

ystafell ymolchi

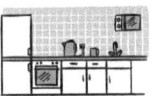

jikoni

cegin

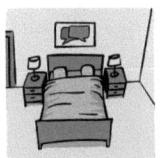

chumba cha kulala

ystafell wely

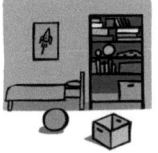

chumba ya mtoto

ystafell plentyn

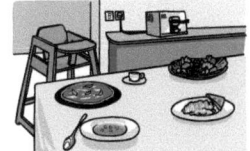

chumba cha kulia

ystafell fwyta

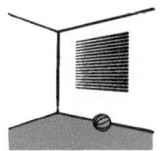

sakafu

llawr

ukuta

wal

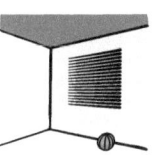

dari

nenfwd

pishi

seler

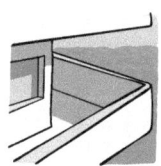

sauna

sawna

roshani

balconi

mtaro

teras

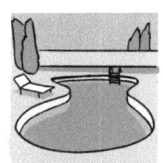

kidimbwi

pwll

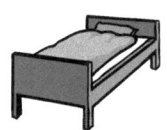

mashine ya kukata nyasi

peiriant torri gwair

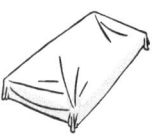

karatasi

taflen

kitambaa cha kupamba
kitanda

gorchudd gwely

kitanda

gwely

ufagio

ysgub

ndoo

bwced

kubadili

swits

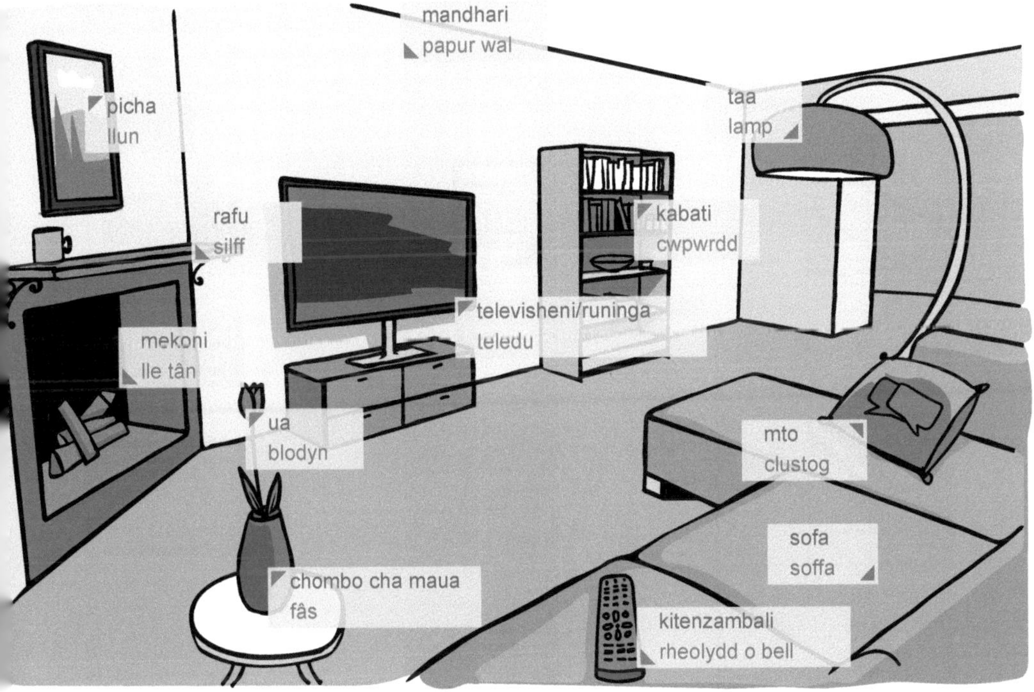

mandhari
papur wal

picha
llun

taa
lamp

rafu
silff

kabati
cwpwrdd

mekoni
lle tân

televisheni/runinga
teledu

ua
blodyn

mto
clustog

sofa
soffa

chombo cha maua
fâs

kitenzambali
rheolydd o bell

zulia

carped

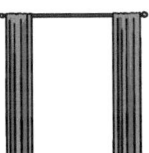

pazia

llen

meza

bwrdd

kiti

cadair

kiti cha bembea

cadair siglo

armchair

cadair freichiau

kitabu

llyfr

blanketi

blanced

mapambo

addurn

kuni

coed tân

filamu

ffilm

kifaa cha hi-fi

hi-fi

ufunguo

agoriad

gazeti

papur newydd

uchoraji

darlun

bango

poster

redio

radio

daftari

llyfr nodiadau

kifyonza

hwfer

dungusi kakati

cactws

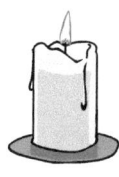

mshumaa

cannwyll

jikoni
cegin

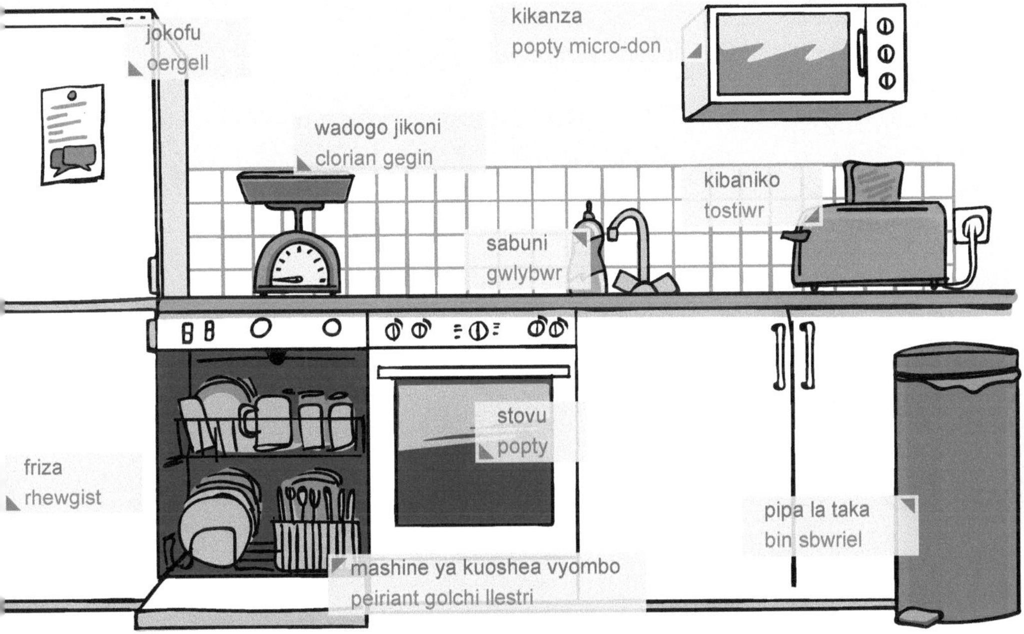
jokofu
oergell
kikanza
popty micro-don
wadogo jikoni
clorian gegin
kibaniko
tostiwr
sabuni
gwlybwr
stovu
popty
friza
rhewgist
pipa la taka
bin sbwriel
mashine ya kuoshea vyombo
peiriant golchi llestri

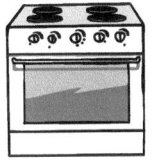

jiko la kupika
popty

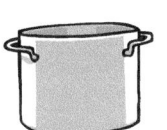

chungu
pot

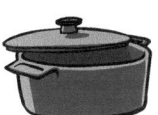

sufuria ya chuma
pot haearn bwrw

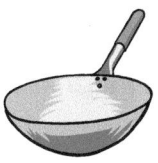

wok / kadai
wok / kadai

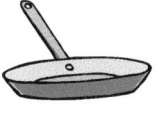

kaango
padell

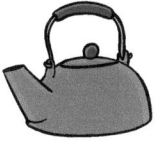

birika
tegell

stima

sosban stemio

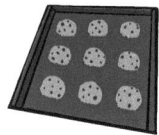

sinia ya kuoka

hambwrdd pobi

vyombo vya udongo

llestri

kombe

mwg

bakuli

powlen

vijiti vya kulia

gweill bwyta

ukawa

lletwad

mwiko mpana

ysbodol

burashi

chwisg

kichujio

hidlydd

chujio

gogr

mbuzi

gratiwr

chokaa

morter

barbeque

barbeciw

moto wazi

tân agored

ubao wa majaribio

bwrdd torri cig

kijiti cha kusukuma unga

rholbren

kizibuo

tynnwr corcyn

kopo

tun

inaweza kopo

peth agor tuniau

kishikio cha chungu

clwt pot

karo

sinc

brashi

brws

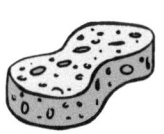

sifongo

sbwng

kisagaji matunda

peiriant cymysgu

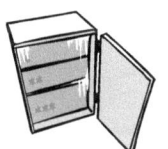

friji ya kina

rhewgell

chupa ya mtoto

potel babi

bomba

tap

bafu
ystafell ymolchi

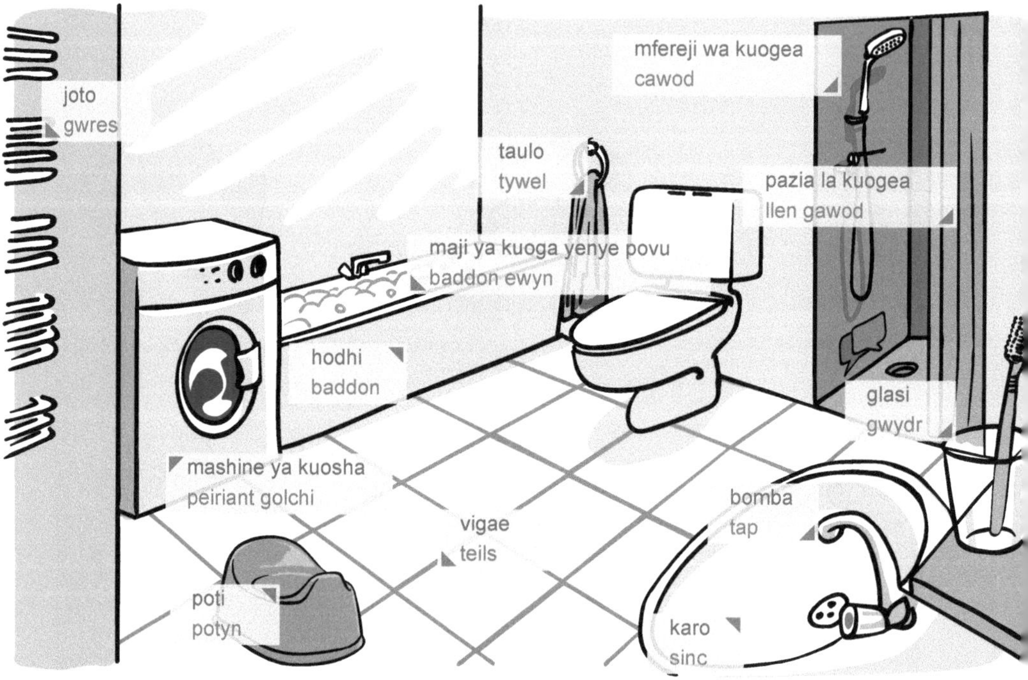

joto
gwres
mfereji wa kuogea
cawod
taulo
tywel
pazia la kuogea
llen gawod
maji ya kuoga yenye povu
baddon ewyn
hodhi
baddon
glasi
gwydr
mashine ya kuosha
peiriant golchi
bomba
tap
vigae
teils
poti
potyn
karo
sinc

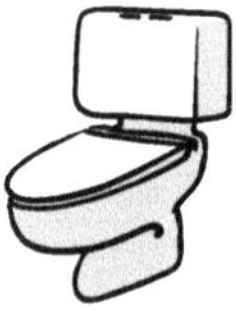

choo

tŷ bach

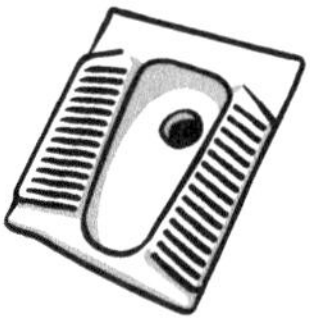

choo cha squat

toiled cyrcydu

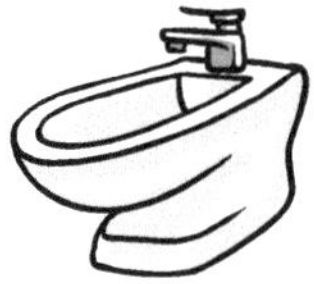

beseni la mviringo

bidet

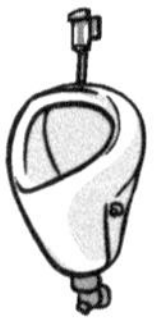

choo cha umma

troethfa

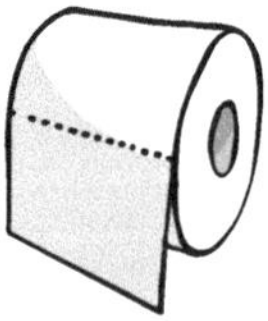

shashi

papur tŷ bach

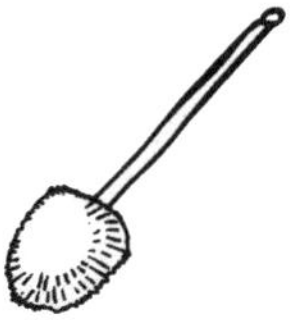

brashi ya choo

brws tŷ bach

mswaki

brws dannedd

dawa ya meno

past dannedd

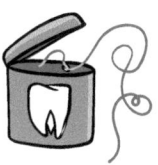

dawa ya meno

edau ddannedd

safisha

golchi

kuoga mkono

cawod llaw

msukumo wa maji

golchfa

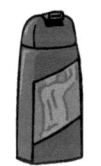

bonde

basn

mpako wa pili

brws-ôl

sabuni

sebon

jeli ya kuogea

gel cawod

shampuu

siampŵ

flana

gwlanen

toa maji

ffos

krimu

hufen

kiondoa harufu

diaroglydd

kioo

drych

kioo mkono

drych llaw

kinyozi

rasel

povu la kunyoa

ewyn eillio

baada ya kunyoa

sent eillio

kichana

crib

brashi

brws

kikausha nywele

sychwr gwallt

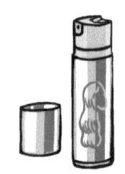

marashi ya nyewele

chwistrell gwallt

vipodozi

colur

kidomwa

minlliw

varnish ya msumari

farnais ewinedd

pamba

gwlân cotwm

mkasi wa kucha

siswrn ewinedd

manukato

persawr

mkoba wa kuosha

bag ymolchi

kinyesi

stôl

mizani

clorian

nguo ya kuoga

gŵn baddon

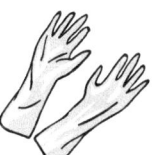

glavu za mpira

menig rwber

kisodo

tampon

sodo

tywel misglwyf

kemikali choo

toiled cemegol

chumba ya mtoto
ystafell plentyn

saa ya kengele
cloc larwm
kidoli cha kupakata
tegan anwes
gari bandia
car tegan
kelele
cleciwr
chumba cha midoli
tŷ dol
sasa
anrheg

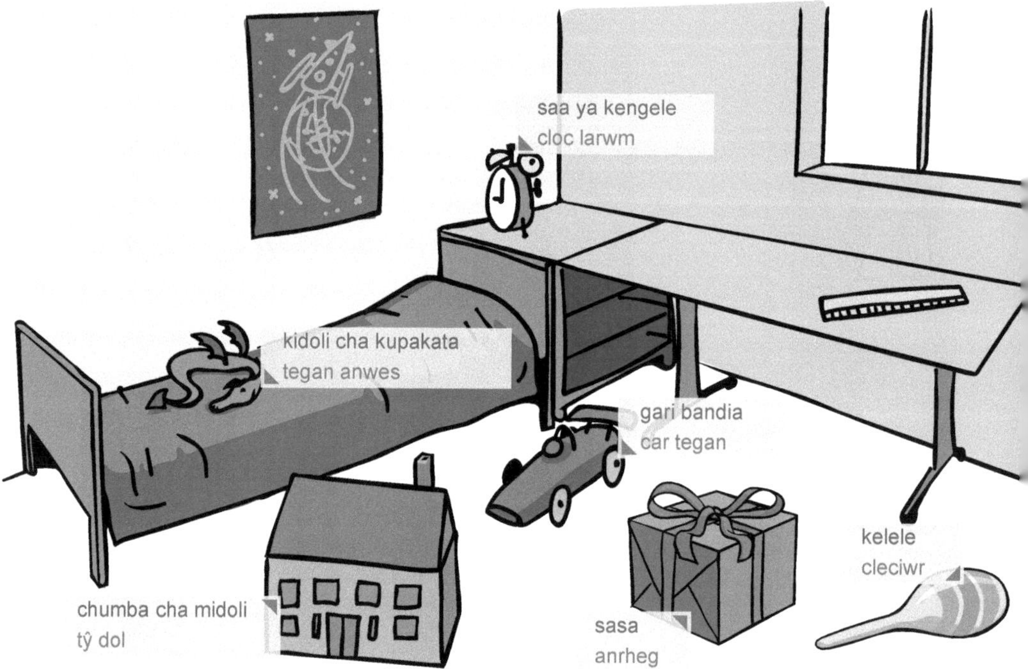

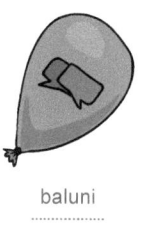

baluni

balŵn

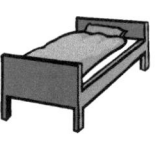

kitanda

gwely

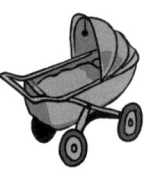

mashua

pram

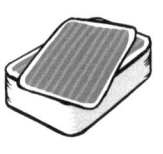

staha ya kadi

pecyn o gardiau

mchezo-fumb

jig-so

SUPER
MEGA

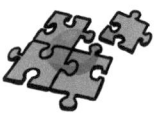

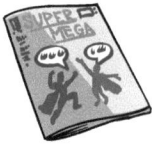

vichekesho

comic

matofali lego

brics Lego

vitalu mwigo

blociau adeiladu

hatua takwimu

ffigur gweithredu

suti ya kulalia

babygro

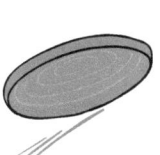

kisahani

ffrisbi

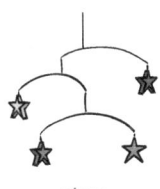

simu

symudyn

ubao wa michezo

gêm fwrdd

kete

deis

garimoshi mwigo

set model trên

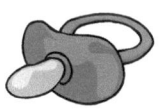

dummy

teth lwgu

chama

parti

picha kitabu

llyfr lluniau

mpira

pêl

kikaragosi

dol

kucheza

chwarae

shimo la mchanga

pwll tywod

bembea

swing

vitu bandia

teganau

kiweko cha video ya mchezo

consol gemau fideo

baiskeli ya magurudumu

beic tair olwyn

matatu

mwanasesere

tedi

kabati

cwpwrdd dillad

nguo

dillad

soksi

hosanau

stokingi

hosanau

kibano

teits

skafu
sgarff

mwavull
ymbarél

fulana
crys-t

ukanda
gwregys

ndara
sliperi

viatu
esgidiau

wakufunzi
esidiau ymarfer

malapa
sandalau

viatu
esgidiau

mabuti ya mpira
esgidiau rwber

suruali ya ndani
trôns

sidiria
bra

fulana
fest

mwili

corff

suruali

trowsus

dangirizi

jîns

sketi

sgert

blauzi

blows

shati

crys

vuta

pwlofer

sweta

hwdi

bleza

blaser

jaketi

siaced

koti

côt

koti la mvua

côt law

maleba

gwisg

gauni

gŵn

mavazi ya harusi

gwisg briodas

suti

siwt

vazi la usiku

gŵn nos

pajama

pyjamas

sari

sari

skafu

sgarff pen

kilemba

tyrban

burka

bwrca

kaftan

cafftan

abaya

abaya

vazi la kuogelea

gwisg nofio

vazi la kiume la kuogelea

trowsus nofio

kaptura

siorts

teitei

tracwisg

aproni

ffedog

glavu

menig

kifungo

botwm

glasi

sbectol

bangili

breichled

mkufu

cadwyn

pete

modrwy

herini

clustdlws

kofia

cap

kiango cha koti

cambren

kofia

het

tai

tei

zipu

sip

kofia

helmed

kanda za suruali

fframiau danedd

sare za shule

gwisg ysgol

sare

gwisg

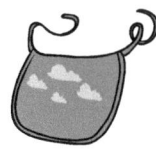

bibu

bib

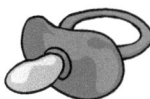

dummy

teth lwgu

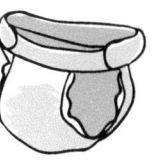

nepi

cewyn

ofisi

swyddfa

seva
gweinydd
kabati la kuweka faili
cwrpwrdd ffeilio
kichapishaji
argraffydd
karatasi
papur
kiwambo
monitor
kipanya
llygoden
dawati
desg
folda
ffolder
kibodi
bysellfwrdd
cha kuweka karatasi chafu
papur gwastraff
kiti
cadair
kompyuta
cyfrifiadur

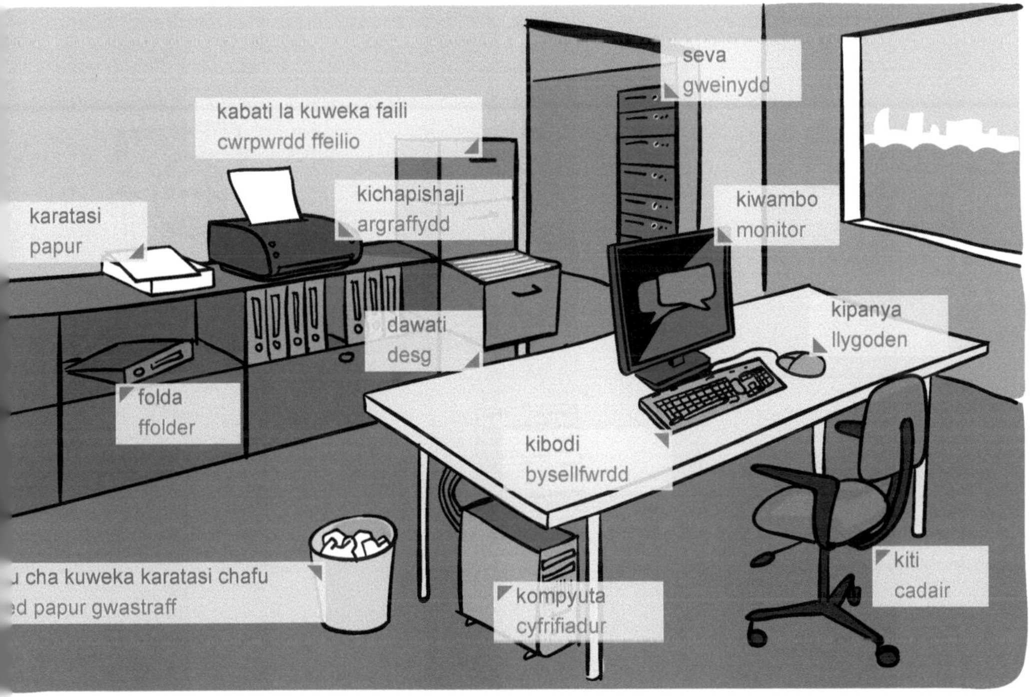

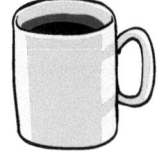

kmobe la kahawa

mwg coffi

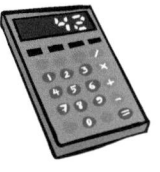

kikokotoo

cyfrifiannell

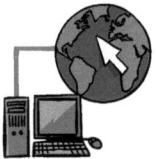

biashara

rhyngrwyd

mbali

gliniadur

barua

llythyr

ujumbe

neges

rununu

ffôn symudol

intaneti

rhwydwaith

fotokopia

llungopïwr

programu

meddalwedd

simu

teleffon

soketi

soced plwg

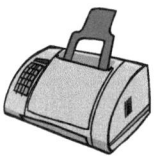

kipepesi

peiriant ffacs

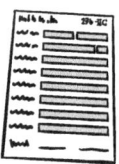

fomu

ffurflen

hati

dogfen

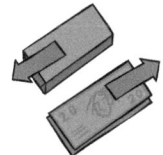

kununua
prynu

kulipa
talu

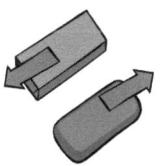

biashara
masnachu

fedha
arian

dola
doler

yuro
ewro

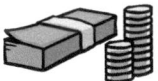

yeni
yen

rouble
rwbl

faranga ya Uswisi
ffranc y Swistir

renminbi yuan
yuan renminbi

rupia
rwpi

eneo la kulipia
peiriant arian

ofisi ya ubadilishanaji

swyddfa gyfnewid

dhahabu

aur

fedha

arian

mafuta

olew

nishati

ynni

bei

pris

mkataba

contract

kodi

treth

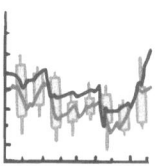

bidhaa

stoc

kazi

gweithio

mfanyakazi

cyflogai

mwajiri

cyflogwr

kiwanda

ffatri

duka

siop

kazi
swyddi

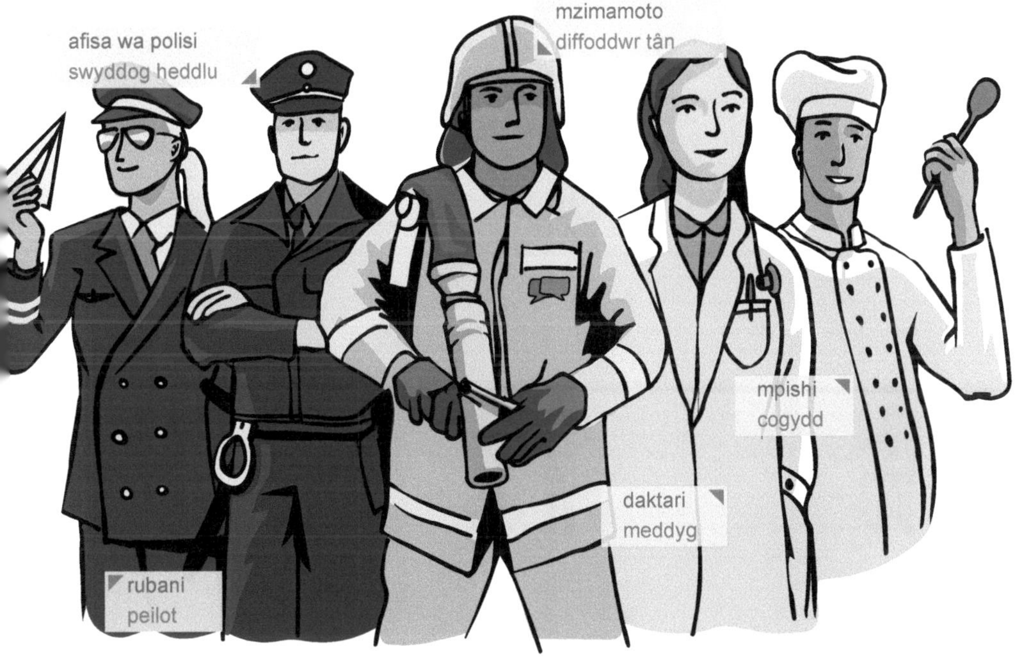
afisa wa polisi
swyddog heddlu
mzimamoto
diffoddwr tân
mpishi
cogydd
daktari
meddyg
rubani
peilot

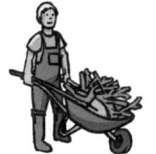

mtunza bustani

garddwr

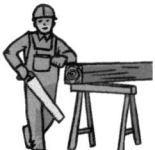

seremala

saer

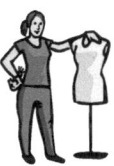

mshonaji

gwniadwraig

hakimu

barnwr

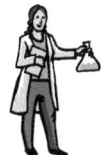

mwanakemia

fferyllydd

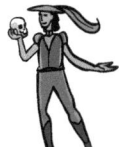

muigizaji

actor

dereva wa basi

gyrrwr bws

dereva wa teksi

gyrrwr tacsi

mvuvi

pysgotwr

mwanamke wa kusafisha

glanhawraig

mwezekaji

töwr

mhudumu

gweinydd

mwindaji

heliwr

mchoraji

paentiwr

mwokaji

pobydd

umeme

trydanwr

mjenzi

adeiladwr

mhandisi

peiriannydd

mchinjaji

cigydd

fundi bomba

plymiwr

mwanaposta

dyn y post

mwanajeshi

milwr

msanifu majengo

pensaer

keshia

ariannwr

muuza maua

gwerthwr blodau

msusi

triniwr gwallt

kondakta

archwiliwr tocynnau
rheilffordd

mekanika

mecanydd

nahodha

capten

daktari wa meno

deintydd

mwanasayansi

gwyddonydd

rabbi

rabi

imamu

imam

mtawa

mynach

kasisi

clerigwr

zana
offer

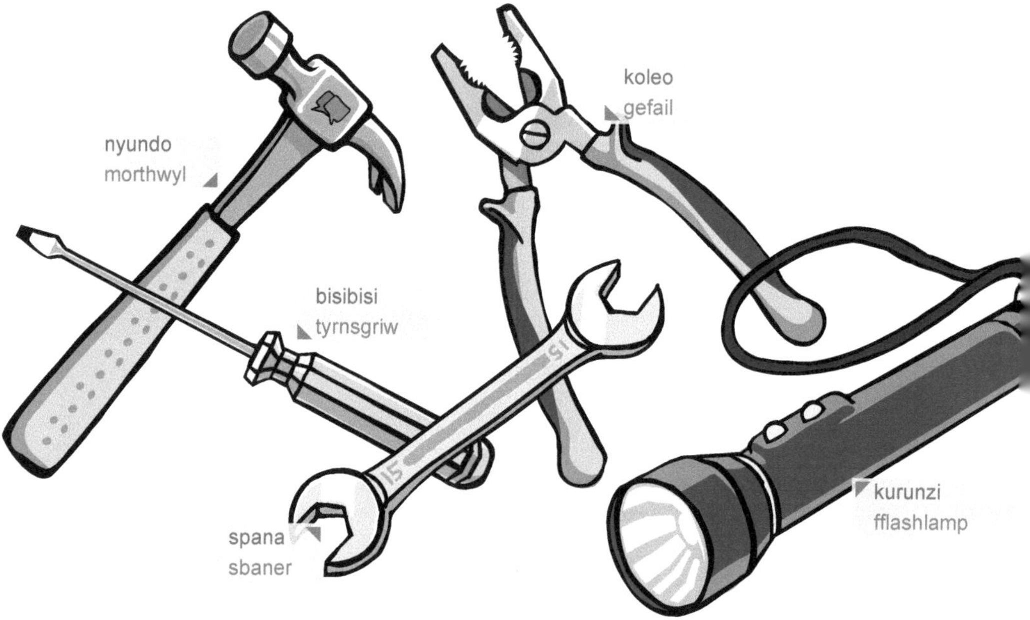
nyundo
morthwyl
koleo
gefail
bisibisi
tyrnsgriw
spana
sbaner
kurunzi
fflashlamp

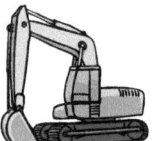

mchimbaji

turiwr

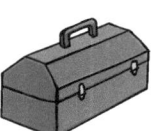

sanduku la vifaa

blwch offer

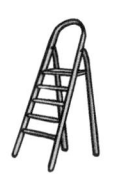

ngazi

ysgol

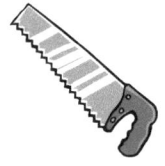

msumeno

llif

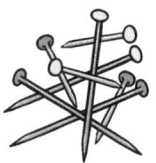

misumari

hoelion

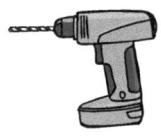

kuchimba visima

dril

kukarabati

trwsio

sepetu

rhaw

Lo!

Daria!

kishikio cha uchafu

rhaw lwch

chungu cha rangi

pot paent

skurubu

sgriwiau

ala za muziki

offerynnau cerdd

spika
uchelseinydd

mpangilio wa ngoma
set drymiau

gita
gitâr

besi mara mbili
bas dwbl

tarumbeta
trwmped

piano

piano

fidla

ffidil

ubeji

bas

timpani

timpani

ngoma

drymiau

kibodi

cyweirfwrdd

saksafoni

sacsoffon

filimbi

ffliwt

maikrofoni

meicroffon

bustani ya wanyama
sŵ

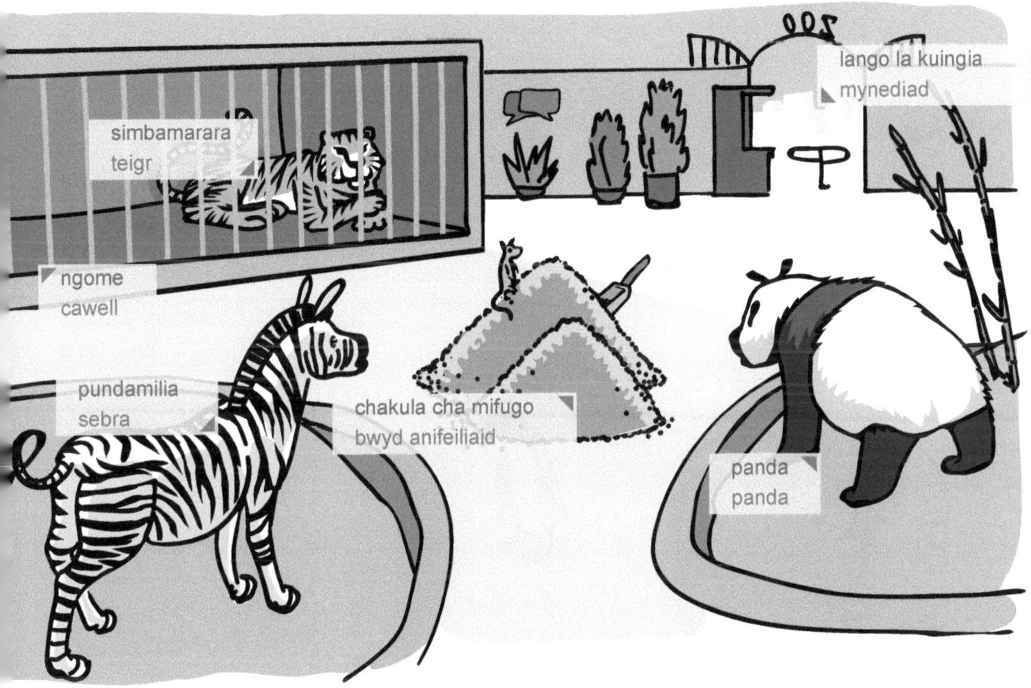

lango la kuingia
mynediad
simbamarara
teigr
ngome
cawell
pundamilia
sebra
chakula cha mifugo
bwyd anifeiliaid
panda
panda

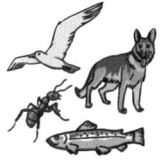

wanyama

anifeiliaid

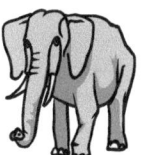

tembo

eliffant

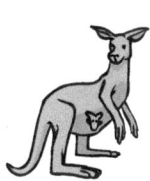

kangaruu

cangarŵ

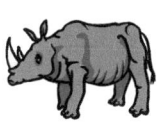

kifaru

rhinoseros

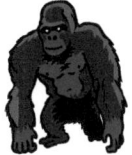

sokwe

gorila

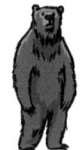

dubu

arth

ngamia

camel

mbuni

estrys

simba

llew

tumbili

mwnci

heroe

fflamingo

kasuku

parot

dubu

arth wen

penguini

pengwin

papa

siarc

tausi

paun

nyoka

neidr

mamba

crocodeil

mtunza wanyama

gofalwr sŵ

muhuri

morlo

jaguar

jagwar

mwanafarasi

merlyn

chui

llewpard

kiboko

hipo

twiga

jiráff

tai

eryr

nguruwe mwitu

baedd

samaki

pysgodyn

kobe

crwban

sili

walrws

mbweha

llwynog

paa

gafrewig

soka ya marekani
pêl-droed America

uendeshaji baiskeli
beicio

tenisi
tennis

mpira wa kikapu
pêl-fasged

kuogelea
nofio

ndondi
bocsio

magongo ya barafuni
hoci iâ

soka

pêl-droed

vinyoya

badminton

riadha

athletau

mpira wa mikono

pêl-law

skii

sgïo

polo

polo

shughuli
gweithgareddau

cheka
chwerthin
kuruka
neidio
kumbatia
cofleidio
kutembea
cerdded
kuimba
canu
ota ndoto
breuddwydio
kuomba
gweddïo
busu
cusanu

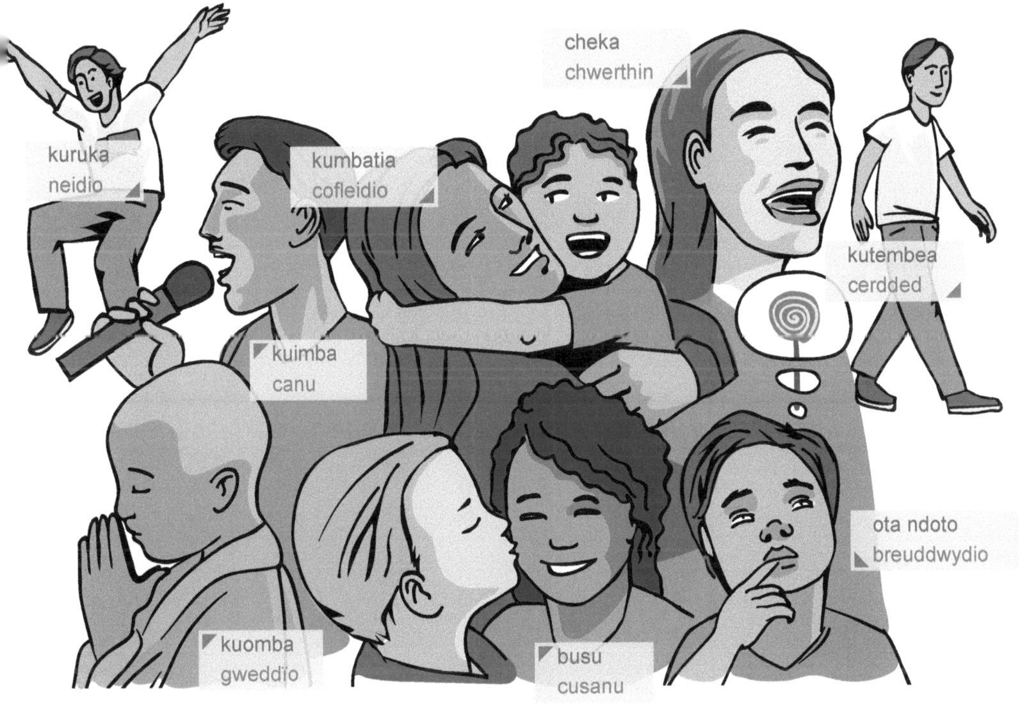

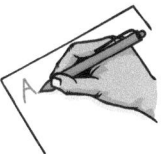

kuandika

ysgrifennu

kuteka

arlunio

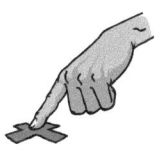

angalia

dangos

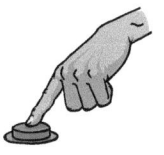

sukuma

gwthio

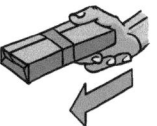

kutoa

rhoi

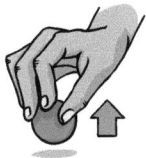

kuchukua

cymryd

kuwa

bod gan

fanya

gwneud

kuwa

bod

kusimama

sefyll

kukimbia

rhedeg

vuta

tynnu

kutupa

taflu

kuanguka

disgyn

hadaa

gorwedd

kusubiri

aros

kubeba

cario

kukaa

eistedd

vaa nguo

gwisgo amdanoch

usingizi

cysgu

kuamka

deffro

kuangalia

edrych ar

lia

crïo

kiharusi

anwesu

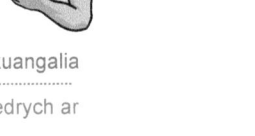

chana nywele

cribo

ongea

siarad

kuelewa

deall

kuuliza

gofyn

kusikiliza

gwrando

kunywa

yfed

kula

bwyta

nadhifisha

tacluso

upendo

caru

mpishi

coginio

gari

gyrru

kuruka

hedfan

meli

hwylio

kokotoa

cyfrifo

kusoma

darllen

kujifunza

dysgu

kazi

gweithio

kuoa

priodi

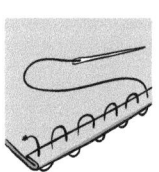

kushona

gwnïo

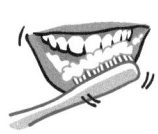

piga mswaki

brwsio dannedd

kuua

lladd

moshi

ysmygu

kutuma

anfon

familia
teulu

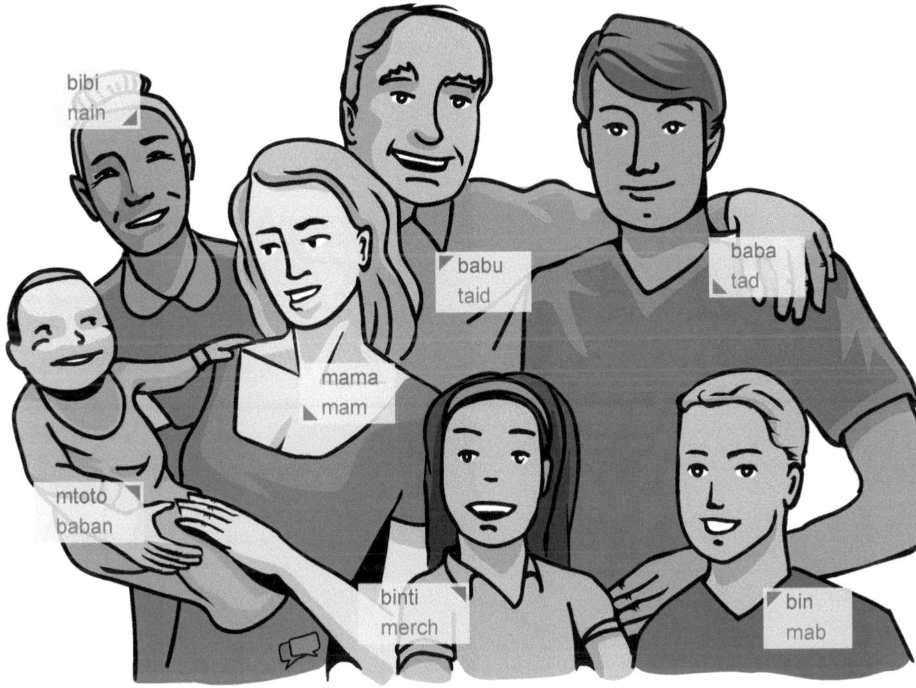
bibi
nain
babu
taid
baba
tad
mama
mam
mtoto
baban
binti
merch
bin
mab

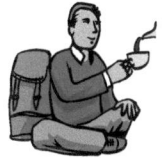

mgeni
gwestai

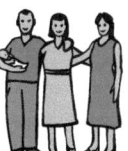

shangazi
modryb

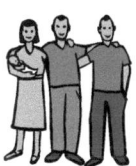

mjomba
ewythr

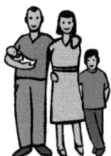

kaka
brawd

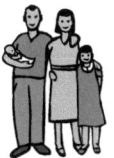

dada
chwaer

mwili

corff

paji la uso
talcen
jicho
llygad
uso
wyneb
kidevu
gên
kidole
bys
mkono
llaw
matiti
bron
mkono
braich
bega
ysgwydd
mguu
coes

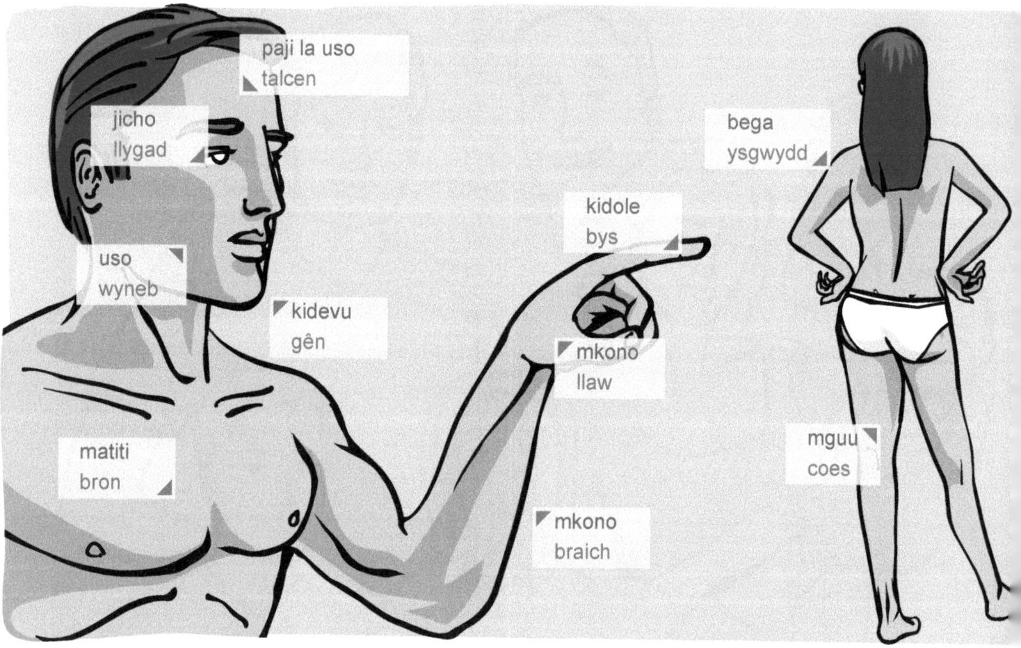

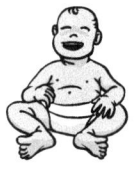

mtoto
baban

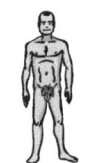

mwanamume
dyn

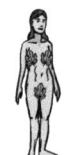

mwanamke
gwraig

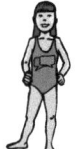

msichana
geneth

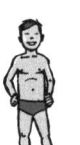

mvulana
bachgen

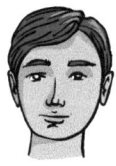

kichwa
pen

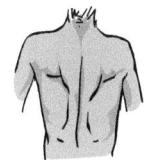

nyuma

cefn

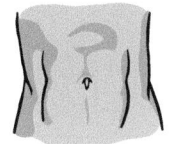

tumbo

bel

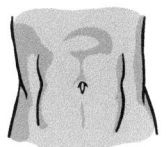

kitovu

bogail

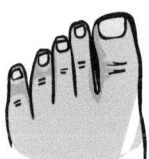

chano

bys troed

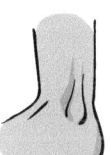

kisigino

sawdl

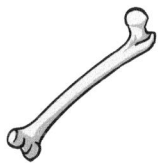

mfupa

asgwrn

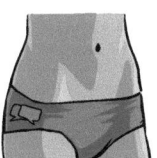

nyonga

clun

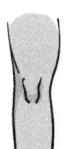

goti

pen-glin

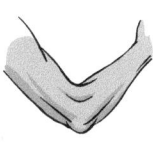

kiwiko

penelin

pua

trwyn

chini

pen ôl

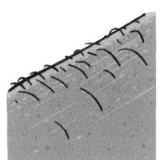

ngozi

croen

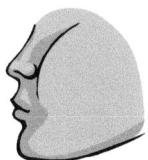

shavu

boch

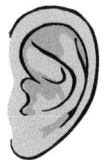

sikio

clust

mdomo

gwefus

kinywa

ceg

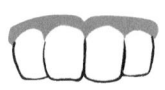

jino

dant

ulimi

tafod

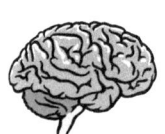

ubongo

ymennydd

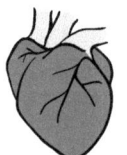

moyo

calon

misuli

cyhyr

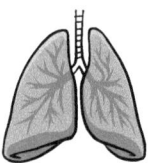

pafu

ysgyfaint

ini

iau

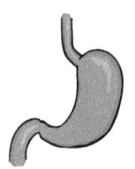

tumbo

stumog

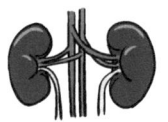

figo

arennau

jinsia

rhyw

kondomu

condom

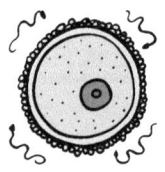

ovari

ofwm

shahawa

semen

mimba

beichiogrwydd

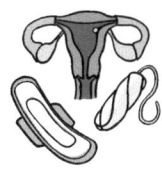

hedhi
....
mislif

uke
....
fagina

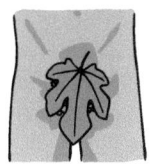

uume
....
pidyn

unyusi
....
ael

nywele
....
gwallt

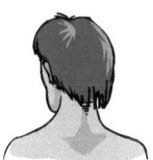

shingo
....
gwddf

hospitali
ysbyty

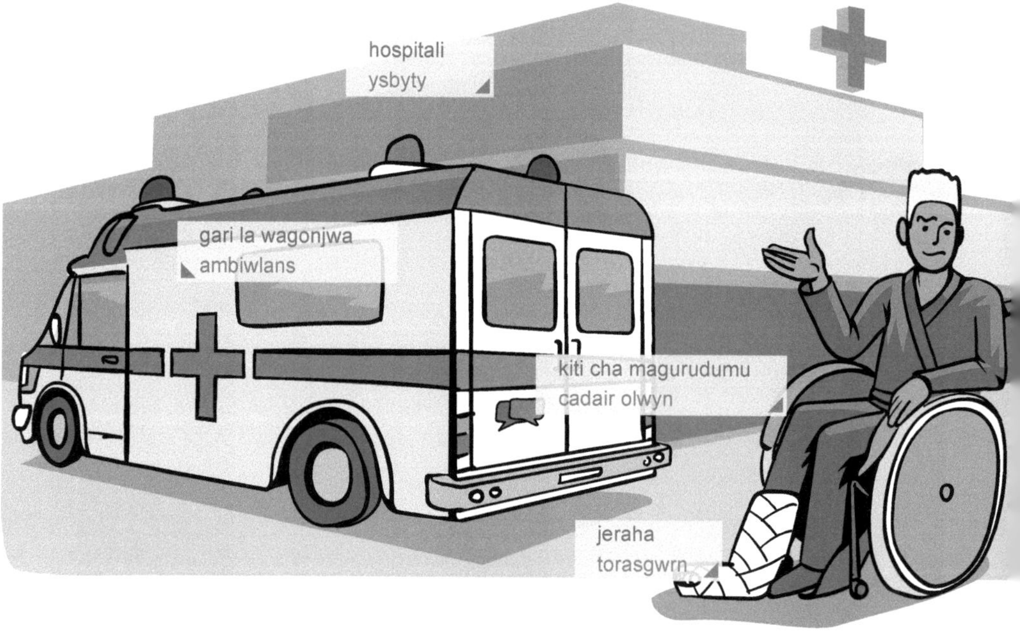

gari la wagonjwa
ambiwlans

kiti cha magurudumu
cadair olwyn

jeraha
torasgwrn

daktari

meddyg

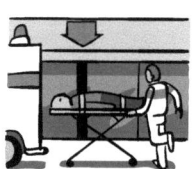

chumba cha dharura

ystafell argyfwng

muuguzi

nyrs

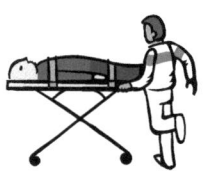

dharura

argyfwng

kupoteza fahamu

anymwybodol

maumivu

poen

hospitali - ysbyty

kuumia

anaf

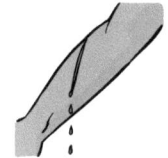

kutokwa na damu

gwaedu

mshtuko wa moyo

trawiad ar y galon

kiharusi

strôc

mzio

alergedd

kikohozi

peswch

homa

twymyn

mafua

ffliw

kuharisha

dolur rhydd

maumivu ya kichwa

cur pen

kansa

canser

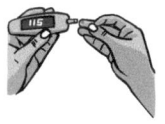

ugonjwa wa kisukari

diabetes

daktari mpasuaji

llawfeddyg

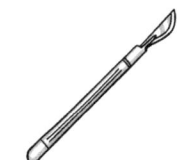

kisu kidogo cha kupasulia

fflaim

operesheni

gweithrediad

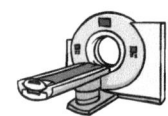

picha changanufu ya mwili

CT

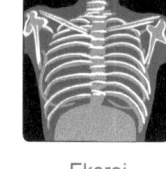

Eksrei

pelydr-x

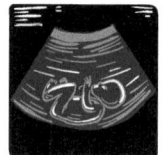

mawimbi sauti

uwchsain

barakoa ya uso

mwgwd wyneb

ugonjwa

clefyd

chumba cha kusubiri

ystafell aros

mkongojo

bagl

plasta

plastr

bendeji

rhwymyn

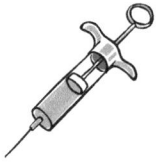

sindano

pigiad

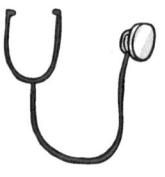

stetoskopu

stethosgop

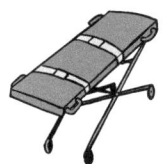

machela

elorwely

kipimajoto cha kliniki

thermomedr clinigol

kuzaliwa

genedigaeth

unene kupita kiasi

dros bwysau

kusikia misaada

cymorth clyw

kipukusi

diheintydd

maambukizi

haint

virusi

firws

VVU / UKIMWI

HIV / AIDS

dawa

meddygaeth

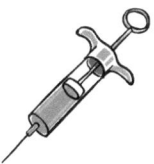

chanjo

brechiad

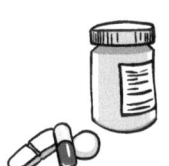

vidonge

tabledi

kidonge

y bilsen

simu ya dharura

galwad frys

haemodainamometa

monitor pwysau gwaed

mgonjwa / mwenye afya

yn sâl / yn iach

Msaada!

Help!

kengele

larwm

pigo

ymosodiad

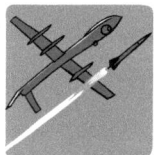

shambulizi

ymosodiad

hatari

perygl

lango la dharura

allanfa argyfwng

Moto!

Tân!

kizima moto

diffoddwr tân

ajali

damwain

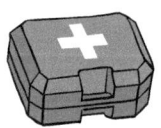

vifaa vya huduma ya kwanza

pecyn cymorth cyntaf

wito wa msaada

SOS

polisi

heddlu

Ulaya

Ewrop

Amerika ya Kaskazini

Gogledd America

Amerika ya Kusini

De America

Afrika

Affrica

Asia

Asia

Australia

Awstralia

Atlantiki

Iwerydd

Pasifiki

y Môr Tawel

Bahari ya Hindi

Cefnfor yr India

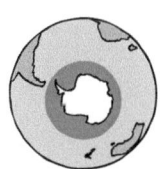

Bahari ya Antaktiki

Cefnfor yr Antarctig

Bahari ya Aktiki

Cefnfor yr Arctig

Ncha ya Kaskazini

Pegwn y Gogledd

Ncha ya Kusini

Pegwn y De

Antaktika

Antarctica

dunia

y Ddaear

nchi

tir

bahari

môr

kisiwa

ynys

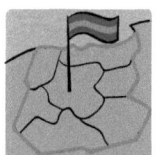

taifa

cenedl

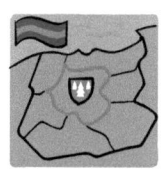

jimbo

gwladwriaeth

uso wa saa

wyneb cloc

akrabu ya saa

bys awr

akrabu ya dakika

bys munud

akrabu ya sekunde

bys eiliad

Ni saa ngapi?

Faint o'r gloch yw hi?

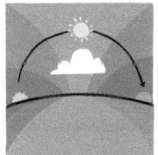

siku

dydd

wakati

amser

sasa

yn awr

saa ya dijitali

cloc digidol

dakika

munud

saa

awr

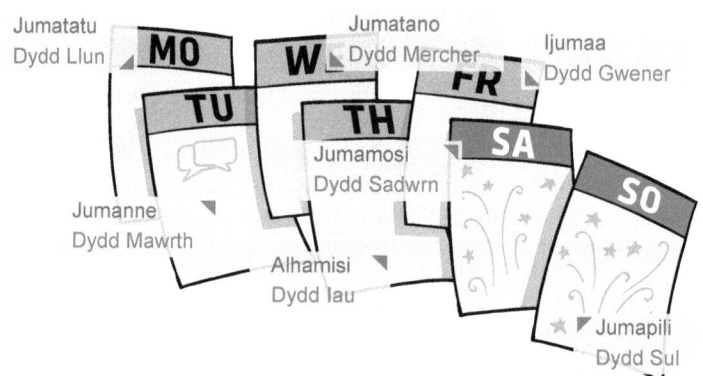

Jumatatu
Dydd Llun

Jumatano
Dydd Mercher

Ijumaa
Dydd Gwener

Jumamosi
Dydd Sadwrn

Jumanne
Dydd Mawrth

Alhamisi
Dydd Iau

Jumapili
Dydd Sul

jana
ddoe

leo
heddiw

kesho
yfory

asubuhi
bore

saa sita mchana
canol dydd

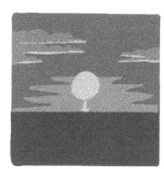

jioni
noswaith

siku za biashara
diwrnodiau busnes

mwishoni mwa wiki
penwythnos

mvua
glaw

upinde wa mvua
enfys

theluji
eira

upepo
gwynt

majira ya machipuko
gwanwyn

vuli
hydref

kiangazi
haf

majira ya baridi
gaeaf

4.APRIL	11°	☀
5.APRIL	4°	☁
6.APRIL	13°	☂
7.APRIL	8°	❄
8.APRIL	10°	☀

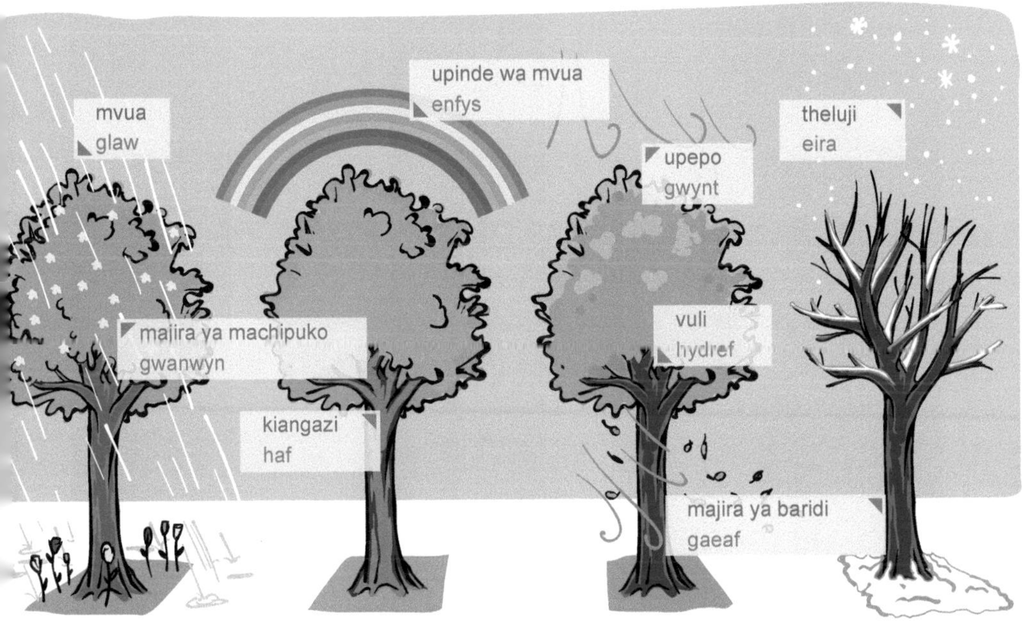

utabiri wa hali ya hewa
rhagolygon y tywydd

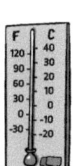

kipimajoto
thermomedr

mwanga wa jua
heulwen

wingu
cwmwl

ukungu
niwl tew

unyevu
lleithder

umeme

mellt

radi

taranau

dhoruba

storm

mvua ya mawe

cenllysg

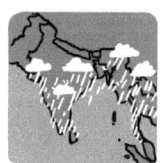

monsuni

monsŵn

mafuriko

llif

barafu

iâ

Januari

Ionawr

Februari

Chwefror

Machi

Mawrth

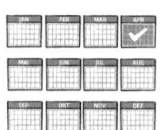

Aprili

Ebrill

Mei

Mai

Juni

Mehefin

Julai

Gorffennaf

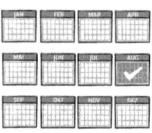

Agosti

Awst

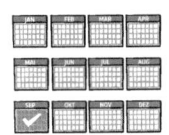

Septemba

Medi

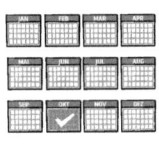

Oktoba

Hydref

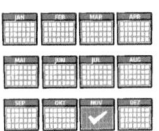

Novemba

Tachwedd

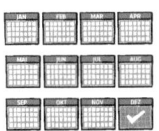

Desemba

Rhagfyr

maumbo
siapiau

mduara

cylch

mraba

sgwâr

mstatili

petryal

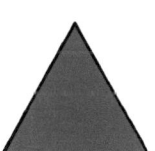

pembetatu

triongl

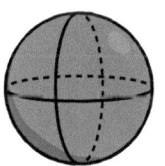

nyanja

sffêr

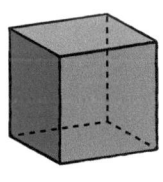

mchemraba

ciwb

nyeupe

gwyn

manjano

melyn

chungwa

oren

rangi ya waridi

pinc

nyekundu

coch

hudhurungi

porffor

bluu

glas

kijani

gwyrdd

hanja

brown

jivujivu

llwyd

nyeusi

du

mengi / kidogo

llawer / ychydig

hasira / pole

dig / tawel

nzuri / mbaya

hardd / hyll

mwanzo / mwisho

dechrau / diwedd

kubwa / ndogo

mawr / bach

angavu / giza

llachar / tywyll

kaka / dada

brawd / chwaer

safi / chafu

glân / budr

kamilika / tokamilika

gyflawn / anghyflawn

siku / usiku

dydd / nos

wafu / hai

farw / yn fyw

pana / nyembamba

llydan / cul

kulika / kutolika

bwytadwy / anfwytadwy

ovu / ema

drwg / caredig

sisimkwa / udhika

llawn cyffro / diflasu

nene / nyembamba

tew / tenau

kwanza / mwisho

cyntaf / olaf

rafiki / adui

cyfaill / gelyn

jaa / tupu

llawn / gwag

ngumu / laini

caled / meddal

nzito / nyepesi

trwm / ysgafn

njaa / kiu

wedi newynnu / yn sychedig

mgonjwa / mwenye afya

yn sâl / yn iach

haramu / kisheria

anghyfreithlon / cyfreithiol

akili / kijinga

deallus / twp

kushoto / kulia

chwith / dde

karibu / mbali

agos / pell

mpya / kutumika

newydd / wedi'i ddefnyddio

kitu / jambo

dim / rhywbeth

zee / changa

hen / ifanc

waka / zima

ymlaen / i ffwrdd

wazi / fungwa

ar agor / ar gau

utulivu / kelele

tawel / uchel

tajiri / masikini

cyfoethog / tlawd

sahihi / kosa

cywir / anghywir

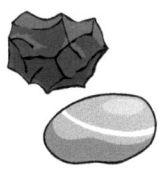

mbaya / laini

garw / llyfn

huzunika / furahia

trist / hapus

fupi /ndefu

byr / hir

polepole / haraka

araf / cyflym

nyevu / kavu

gwlyb / sych

joto / baridi

cynnes / claear

vita / amani

rhyfel / heddwch

0

sufuri

sero

1

moja

un

2

mbili

dau

3

tatu

tri

4

nne

pedwar

5

tano

pump

6

sita

chwech

7

saba

saith

8

nane

wyth

9

tisa

naw

10

kumi

deg

11

kumi na moja

un deg un

12

kumi na mbili

un deg dau

13

kumi na tatu

un deg tri

14

kumi na nne

un deg pedwar

15

kumi na tano

un deg pump

16

kumi na sita

un deg chwech

17

kumi na saba

un deg saith

18

kumi na nane

un deg wyth

19

kumi na tisa

un deg naw

20

ishirini

dau ddeg

100

mia

cant

1.000

elfu

mil

1.000.000

milioni

miliwn

Kiingereza

Saesneg

Kiingereza cha Marekani

Saesneg America

Kimandarini cha Uchina

Tsieinëeg Mandarin

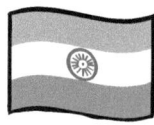

Kihindi

Hindi

Kihispania

Sbaeneg

Kifaransa

Ffrangeg

Kiarabu

Arabeg

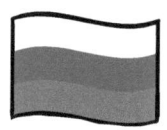

Kirusi

Rwseg

Kireno

Portiwgaleg

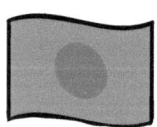

Kibengali

Bengali

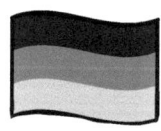

Kijerumani

Almaeneg

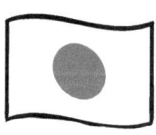

Kijapani

Siapanaeg

mimi

fi

wewe

ti

yeye / yeye / ni

ef / hi

sisi

ni

wewe

chi

wao

nhw

nani?

pwy?

nini?

beth?

jinsi gani?

sut?

wapi?

ble?

lini?

pryd?

jina

enw

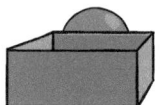

nyuma

y tu ôl i

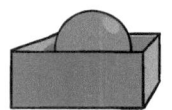

katika

yn / yng / ym / mewn

mbele ya

o flaen

juu ya

dros

kwenye

ar

chini ya

dan

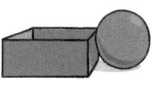

kando

wrth ochr

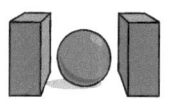

kati

rhwng

mahali

lle